The Power of Uni
Organizations

ஒற்றுமையின் வலிமை:
சர்வதேச அமைப்புகள் உலகை
எப்படி வடிவமைக்கின்றன

Joshi

The Power of Unity: How International Organizations Shape the World

Copyright © 2023 by Joshi

The first edition was published in 2023

ISBN:
Published by:
Sunshine
1663 Liberty Drive
Hyderabad, IN 47403
www.Sunshinepublishers.com

This book is self-published using on-demand printing and publishing, which allows it to be printed and distributed globally

TABLE OF CONTENT

பொருள் அட்டவணை

Chapter 1: Peace and Security: From War Prevention to Conflict Resolution

Chapter 1. அமைதி மற்றும் பாதுகாப்பு: போரைத் தடுப்பதில் இருந்து மோதல் தீர்வு வரை

ஐ.நா பாதுகாப்பு கவுன்சில் மற்றும் பிராந்திய அமைப்புகளின் பங்கு

ஐக்கிய நாடுகள் பாதுகாப்பு கவுன்சில் (UN Security Council) என்பது ஐக்கிய நாடுகளின் ஐந்து முக்கிய உறுப்பு அமைப்புகளில் ஒன்றாகும். இது சர்வதேச அமைதி மற்றும் பாதுகாப்பை பாதுகாப்பதற்கு பொறுப்பான அமைப்பாகும். பாதுகாப்பு கவுன்சிலுக்கு அதன் உறுப்பு நாடுகளுக்கு வீட்டோ அதிகாரம் உள்ளது, இது அதன் தீர்மானங்களை நிராகரிக்க அல்லது நிறைவேற்ற அனுமதிக்கிறது.

பிராந்திய அமைப்புகள் என்பது ஒரே பகுதியில் அமைந்துள்ள நாடுகளின் குழுக்களை உள்ளடக்கிய அமைப்புகளாகும். இந்த அமைப்புகள் பெரும்பாலும் பிராந்திய ஒத்துழைப்பு, அமைதி மற்றும் பாதுகாப்பு ஆகியவற்றை மேம்படுத்துவதை நோக்கமாகக் கொண்டுள்ளன.

ஐ.நா பாதுகாப்பு கவுன்சிலுக்கும் பிராந்திய அமைப்புகளுக்கும் இடையேயான உறவுகள் சிக்கலானவை. சில நேரங்களில் இந்த அமைப்புகள் ஒத்துழைந்து செயல்படுகின்றன, மற்ற நேரங்களில் அவை ஒன்றுக்கொன்று போட்டியிடலாம் அல்லது முரண்படுகின்றன.

ஐ.நா பாதுகாப்பு கவுன்சிலின் பங்கு

பாதுகாப்பு கவுன்சிலின் முக்கிய பணி சர்வதேச அமைதி மற்றும் பாதுகாப்பை பாதுகாப்பதாகும். இது பின்வரும் நடவடிக்கைகளை எடுக்கலாம்:

- போர் அல்லது பிற ஆக்கிரமிப்பு நடவடிக்கைகளை தடுக்க அல்லது முடிவுக்கு கொண்டு வர நடவடிக்கை எடுக்கலாம்.

- அமைதி காக்கும் படைகளை அனுப்பலாம் அல்லது அமைதி ஒப்பந்தங்களை மேற்பார்வை செய்யலாம்.

- பொருளாதார அல்லது இராணுவத் தடைகளை விதிக்கலாம்.

பாதுகாப்பு கவுன்சில் சில குறிப்பிடத்தக்க வெற்றிகளைப் பெற்றுள்ளது. எடுத்துக்காட்டாக, 1990-களில் குவைத்தில் இருந்து ஈராக்கப் படைகளை வெளியேற்ற உதவியது. இருப்பினும், பாதுகாப்பு கவுன்சிலின் சில தீர்மானங்கள் விமர்சிக்கப்பட்டுள்ளன. எடுத்துக்காட்டாக, 2003

இல் ஈராக்க மீதான அமெரிக்க-பிரிட்டிஷ் படையெடுப்பை அங்கீகரித்தது.

பிராந்திய அமைப்புகளின் பங்கு

பிராந்திய அமைப்புகள் சர்வதேச அமைதி மற்றும் பாதுகாப்பை பாதுகாப்பதில் முக்கிய பங்கு வகிக்கின்றன. இந்த அமைப்புகள் பின்வரும் நடவடிக்கைகளை எடுக்கலாம்:

- பிராந்திய ஒத்துழைப்பை மேம்படுத்தலாம்.
- பிராந்திய பிரச்சினைகளை தீர்க்க முடியும்.
- ஐ.நா பாதுகாப்பு கவுன்சிலுக்கு உதவலாம்.

பிராந்திய அமைப்புகள் சில குறிப்பிடத்தக்க வெற்றிகளைப் பெற்றுள்ளன. எடுத்துக்காட்டாக, ஆப்பிரிக்க ஒன்றியம் (AU) சூடான் உள்நாட்டுப் போரை முடிவுக்குக் கொண்டு வந்தது. இருப்பினும், பிராந்திய அமைப்புகள் சில சவால்களையும் எதிர்கொள்கின்றன. எடுத்துக்காட்டாக, இந்த அமைப்புகள் பெரும்பாலும் நிதி மற்றும் மனிதவள பற்றாக்குறையை எதிர்கொள்கின்றன.

ஐ.நா பாதுகாப்பு கவுன்சிலுக்கும் பிராந்திய அமைப்புகளுக்கும் இடையேயான உறவுகள்

ஐ.நா பாதுகாப்பு கவுன்சிலுக்கும் பிராந்திய அமைப்புகளுக்கும் இடையேயான உறவுகள்

சிக்கலானவை. சில நேரங்களில் இந்த அமைப்புகள் ஒத்துழைந்து செயல்படுகின்றன, மற்ற நேரங்களில் அவை ஒன்றுக்கொன்று போட்டியிடலாம் அல்லது முரண்படுகின்றன.

ஒத்துழைப்பு

ஐ.நா பாதுகாப்பு கவுன்சிலுக்கும் பிராந்திய அமைப்புகளுக்கும் இடையேயான ஒத்துழைப்பு பல வழிகளில் வெளிப்படுகிறது. உதாரணமாக, ஐ.நா பாதுகாப்பு கவுன்சில் பிராந்திய அமைப்புகளிடம் ஆலோசனைகளைப் பெறலாம் அல்லது அவற்றின் உதவியை நாடலாம். பிராந்திய அமைப்புகள் தங்கள் சொந்த நடவடிக்கைகளை மேற்கொள்வதற்கு ஐ.நா பாது

கண்காணிப்பு பணிகள் மற்றும் மோதல் பிந்தைய மறுசீரமைப்பு

மோதல் என்பது மனித வரலாற்றில் ஒரு பழமையான நிகழ்வு. இரண்டாம் உலகப் போருக்குப் பிறகு, உலகெங்கிலும் உள்ள பல நாடுகள் மோதல்களால் பாதிக்கப்பட்டுள்ளன. இந்த மோதல்களின் விளைவாக, பல மக்கள் இடம்பெயர்ந்துள்ளனர், பொருளாதாரம் அழிந்துள்ளது, மற்றும் சமூக கட்டமைப்புகள் பலவீனமடைந்துள்ளன.

மோதல் பிந்தைய மறுசீரமைப்பு என்பது இந்த சேதத்தை சரிசெய்யவும், பாதிக்கப்பட்ட மக்களுக்கு உதவவும், ஒரு அமைதியான மற்றும் நிலையான சமூகத்தை உருவாக்கவும் ஒரு முயற்சியாகும். மோதல் பிந்தைய மறுசீரமைப்பில் முக்கிய பங்கு வகிப்பவை கண்காணிப்பு பணிகள் ஆகும்.

கண்காணிப்பு என்பது ஒரு பிரச்சனையின் போக்கைக் கண்காணிக்கவும், அதன் தாக்கங்களை அளவிடவும், தேவையான நடவடிக்கைகளை எடுக்கவும் உதவும் ஒரு செயல்முறையாகும். மோதல் பிந்தைய மறுசீரமைப்பில், கண்காணிப்பு பணிகள் பின்வரும் நோக்கங்களைப் பின்பற்றுகின்றன:

- மோதல்களின் தீவிரம் மற்றும் பரவலைக் கண்காணிக்கவும்

- பாதிக்கப்பட்ட மக்களின் நிலையை அளவிடவும்
- மறுசீரமைப்பு முயற்சிகளின் திறனைக் கண்காணிக்கவும்

மோதல் பிந்தைய மறுசீரமைப்பில் கண்காணிப்பு பணிகள் பின்வரும் முறைகள் மூலம் மேற்கொள்ளப்படுகின்றன:

- தரவு சேகரிப்பு: மோதல்கள், பாதிக்கப்பட்ட மக்கள், மற்றும் மறுசீரமைப்பு முயற்சிகள் பற்றிய தகவல்களை சேகரிப்பது
- தரவு பகுப்பாய்வு: சேகரிக்கப்பட்ட தகவல்களை பகுப்பாய்வு செய்து, அவற்றின் பொருள் மற்றும் முக்கியத்துவத்தைப் புரிந்துகொள்வது
- தரவு தொடர்பு: கண்காணிப்பு முடிவுகளைப் பிற பங்காளர்களுடன் பகிர்ந்துகொள்வது

மோதல் பிந்தைய மறுசீரமைப்பில் கண்காணிப்பு பணிகள் பின்வரும் நன்மைகளை வழங்குகின்றன:

- தகவல் அடிப்படையிலான முடிவெடுப்பு: கண்காணிப்பு முடிவுகள் மறுசீரமைப்பு முயற்சிகளை மேம்படுத்த உதவும் தகவல்களை வழங்குகின்றன.

- செயல்திறன் மேம்பாடு: கண்காணிப்பு முடிவுகள் மறுசீரமைப்பு முயற்சிகளின் செயல்திறனை மேம்படுத்த உதவும்.

- பொறுப்புணர்வு: கண்காணிப்பு முடிவுகள் மறுசீரமைப்பு முயற்சிகளில் ஈடுபட்டுள்ள பங்காளர்களின் பொறுப்புணர்வை மேம்படுத்த உதவுகின்றன.

மோதல் பிந்தைய மறுசீரமைப்பில் கண்காணிப்பு பணிகள் வெற்றிகரமாக இருக்க, அவை பின்வரும் அம்சங்களைக் கொண்டிருக்க வேண்டும்:

- தகவல் தரம்: கண்காணிப்பு தரவுகள் துல்லியமானதாகவும், சமீபத்தியதாகவும், முழுமையானதாகவும் இருக்க வேண்டும்.

- பொருத்தமான முறைகள்: கண்காணிப்பு முறைகள் மோதல்களின் குறிப்பிட்ட சூழ்நிலைகளுக்கு பொருத்தமானதாக இருக்க வேண்டும்.

- போதுமான நிதி மற்றும் ஆதாரங்கள்: கண்காணிப்பு பணிகளுக்கு போதுமான நிதி மற்றும் ஆதாரங்கள் கிடைக்க வேண்டும்.

மோதல் பிந்தைய மறுசீரமைப்பு என்பது ஒரு சிக்கலான மற்றும் நீண்ட கால செயல்முறையாகும். கண்காணிப்பு பணிகள்

இந்த செயல்முறையை வெற்றிகரமாகச் செய்ய உதவும் ஒரு முக்கியமான கருவியாகும்.

கண்காணிப்பு பணிகளின் வகைகள்

மோதல் பிந்தைய மறுசீரமைப்பில் பின்வரும் வகையான கண்காணிப்பு பணிகள் மேற்கொள்ளப்படுகின்றன:

- மோதல் கண்காணிப்பு: மோதல்களின் தீவிரம் மற்றும் பரவலைக் கண்காணிக்க இந்த வகை கண்காணிப்பு பயன்படுத்தப்படுகிறது.

- பாதிக்கப்பட்ட மக்கள் கண்காணிப்பு: பாதிக்கப்பட்ட மக்களின் நிலையை அளவிட இந்த வகை கண்காணிப்பு பயன்படுத்தப்படுகிறது.

ஆயுத கட்டுப்பாடு மற்றும் ஆயுத நீக்க முயற்சிகள்

ஆயுதங்கள் மனித வரலாற்றில் ஒரு முக்கிய பங்கு வகித்துள்ளன. ஆயுதங்கள் அமைதி மற்றும் பாதுகாப்பை உறுதிப்படுத்தவும், வன்முறை மற்றும் மோதல்களைத் தடுக்கவும் பயன்படுத்தப்படுகின்றன. இருப்பினும், ஆயுதங்கள் அழிவுகரமான வழிகளிலும் பயன்படுத்தப்படுகின்றன. ஆயுதப் போர்கள், பயங்கரவாத தாக்குதல்கள், மற்றும் குற்றங்கள் ஆகியவற்றில் ஆயுதங்கள் பயன்படுத்தப்படுகின்றன.

ஆயுத கட்டுப்பாடு என்பது ஆயுதங்களின் உற்பத்தி, விநியோகம், மற்றும் பயன்பாட்டை கட்டுப்படுத்தும் முயற்சியாகும். ஆயுத கட்டுப்பாடு முயற்சிகளின் நோக்கம், ஆயுதப் போர்கள் மற்றும் மற்ற வகையான வன்முறையை குறைப்பதாகும்.

ஆயுத நீக்கம் என்பது ஆயுதங்களை முற்றிலும் அகற்றுவதற்கான முயற்சியாகும். ஆயுத நீக்கம் முயற்சிகளின் நோக்கம், ஒரு அமைதியான மற்றும் பாதுகாப்பான உலகத்தை உருவாக்குவதாகும்.

ஆயுத கட்டுப்பாடு முயற்சிகள்

ஆயுத கட்டுப்பாடு முயற்சிகள் பல ஆண்டுகளாக மேற்கொள்ளப்பட்டு வருகின்றன. இந்த முயற்சிகள் பல வடிவங்களில் உள்ளன.

- சர்வதேச ஒப்பந்தங்கள்: சர்வதேச ஒப்பந்தங்கள் என்பது ஆயுதங்களின் உற்பத்தி, விநியோகம், மற்றும் பயன்பாட்டை கட்டுப்படுத்தும் சட்டப்பூர்வ ஒப்பந்தங்கள் ஆகும். யுனைடெட் நேஷன்ஸ் சர்வதேச ஆயுத வர்த்தக ஒப்பந்தம் (ATT) என்பது ஒரு முக்கியமான சர்வதேச ஒப்பந்தமாகும். இந்த ஒப்பந்தம் ஆயுதங்களின் சட்டவிரோத வர்த்தகத்தை தடுக்க உதவுகிறது.

- தேசிய சட்டங்கள்: தேசிய சட்டங்கள் என்பது ஆயுதங்களின் உற்பத்தி, விநியோகம், மற்றும் பயன்பாட்டை கட்டுப்படுத்தும் தேசிய சட்டங்கள் ஆகும். உதாரணமாக, அமெரிக்காவில், ஆயு தங்களின் உற்பத்தி மற்றும் விற்பனைக்கு பல கட்டுப்பாடுகள் உள்ளன.

- தானியங்கி கட்டுப்பாடு: தானியங்கி கட்டுப்பாடு என்பது ஆயுதங்களின் உற்பத்தி மற்றும் விநியோகத்தை கட்டுப்படுத்தும் தொழில்நுட்ப வழிமுறைகள் ஆகும். உதாரணமாக, ஆயுதங்களை தவறான நபர்களிடமிருந்து தடுக்க பயன்படும் பாதுகாப்பு அம்சங்கள் ஆகும்.

ஆயுத நீக்க முயற்சிகள்

ஆயுத நீக்கம் முயற்சிகள் ஆயுதங்களை முற்றிலும் அகற்றுவதற்காக மேற்கொள்ளப்படுகின்றன. இந்த முயற்சிகள் பல வடிவங்களில் உள்ளன.

- சர்வதேச ஒப்பந்தங்கள்: சர்வதேச ஒப்பந்தங்கள் என்பது ஆயுதங்களை முற்றிலும் அகற்றுவதற்கான சட்டப்பூர்வ ஒப்பந்தங்கள் ஆகும். பன்னாட்டு அணு ஆயுத ஒப்பந்தம் (NPT) என்பது ஒரு முக்கியமான சர்வதேச ஒப்பந்தமாகும். இந்த ஒப்பந்தம் அணு ஆயுதங்களை முற்றிலும் அகற்றுவதற்கான ஒரு செயல்முறையை உருவாக்கியுள்ளது.

- தேசிய சட்டங்கள்: தேசிய சட்டங்கள் என்பது ஆயுதங்களை முற்றிலும் அகற்றுவதற்கான தேசிய சட்டங்கள் ஆகும். உதாரணமாக, நைஜீரியாவில், அணு ஆயுதங்களை முற்றிலும் அகற்றுவதற்கான ஒரு தேசிய சட்டம் உள்ளது.

- உள்நாட்டு அமைப்புகள்: உள்நாட்டு அமைப்புகள் என்பது ஆயுதங்களை முற்றிலும் அகற்றுவதற்கான உள்நாட்டு அமைப்புகள் ஆகும். உதாரணமாக, நார்வேவில், ஆயுதங் களை முற்றிலும் அகற்றுவதற்கான ஒரு தேசிய வாரியம் உள்ளது.

ஆயுத கட்டுப்பாடு மற்றும் ஆயுத நீக்க முயற்சிகளின் சவால்கள்

ஆயுத கட்டுப்பாடு மற்றும் ஆயுத நீக்க முயற்சிகள் பல சவால்களை எதிர்கொள்கின்றன.

Chapter 2: Economic Development and Prosperity: Bridging the Gap and Fostering Growth

Chapter 2. பொருளாதார வளர்ச்சி மற்றும் செழிப்பு: இடைவெளியை குறைத்து,வளர்ச்சியைஊக்குவித்ல்

சர்வதேச நிதி நிறுவனங்கள் மற்றும் உலக பொருளாதாரம்

சர்வதேச நிதி நிறுவனங்கள் (International Financial Institutions - IFIs) என்பது உலக பொருளாதாரத்தை மேம்படுத்துவதற்காக நிறுவப்பட்ட அமைப்புகளாகும். இந்த அமைப்புகள் கடன், தொழில்நுட்ப உதவி, மற்றும் ஆலோசனை போன்ற சேவைகளை வழங்குவதன் மூலம் உலகின் ஏழை மற்றும் வளரும் நாடுகளின் பொருளாதார வளர்ச்சியை ஊக்குவிக்கின்றன.

உலகின் மிக முக்கியமான சர்வதேச நிதி நிறுவனங்கள் பின்வருமாறு:

- உலக வங்கி (World Bank): உலக வங்கி என்பது உலகின் மிகப்பெரிய கடன் வழங்குநராகும். இது வளரும் நாடுகளுக்கு வளர்ச்சிக்கான கடன்களை வழங்குகிறது.
- சர்வதேச நாணய நிதியம் (International Monetary Fund - IMF): சர்வதேச நாணய நிதி

என்பது உலகின் மிகப்பெரிய நிதி உதவிக் கருவியாகும். இது பொருளாதார நெருக்கடியை எதிர்கொள்ளும் நாடுகளுக்கு நிதி உதவி வழங்குகிறது.

* உலக வர்த்தக அமைப்பு (World Trade Organization - WTO): உலக வர்த்தக அமைப்பு என்பது உலக வர்த்தகத்தை மேம்படுத்துவதற்காக நிறுவப்பட்ட அமைப்பு ஆகும். இது வர்த்தக ஒப்பந்தங்களை ஒழுங்குபடுத்துகிறது மற்றும் வர்த்தக தடையங்களைக் குறைப்பதற்காக பணியாற்றுகிறது.

சர்வதேச நிதி நிறுவனங்கள் உலக பொருளாதாரத்தில் ஒரு முக்கிய பங்கு வகிக்கின்றன. இந்த அமைப்புகள் உலகின் ஏழை மற்றும் வளரும் நாடுகளின் பொருளாதார வளர்ச்சியை ஊக்குவிப்பதன் மூலம் உலகின் பொருளாதார சமத்துவத்தை மேம்படுத்த உதவுகின்றன.

சர்வதேச நிதி நிறுவனங்களின் செயல்பாடுகள்

சர்வதேச நிதி நிறுவனங்கள் பின்வரும் செயல்பாடுகளைச் செய்கின்றன:

* கடன் வழங்குதல்: சர்வதேச நிதி நிறுவனங்கள் வளரும் நாடுகளுக்கு வளர்ச்சிக்கான கடன்களை வழங்குகின்றன. இந்த கடன்கள் பொதுவாக

நீண்ட காலத்திற்கு குறைந்த வட்டி விகிதத்தில் வழங்கப்படுகின்றன.

- தொழில்நுட்ப உதவி: சர்வதேச நிதி நிறுவனங்கள் வளரும் நாடுகளுக்கு தொழில்நுட்ப உதவி வழங்குகின்றன. இந்த உதவி வளரும் நாடுகளின் உற்பத்தித்திறனை மேம்படுத்த உதவுகிறது.

- ஆலோசனை: சர்வதேச நிதி நிறுவனங்கள் வளரும் நாடுகளுக்கு பொருளாதார மற்றும் நிதி ஆலோசனை வழங்குகின்றன. இந்த ஆலோசனை வளரும் நாடுகளின் பொருளாதார கொள்கைகளை மேம்படுத்த உதவுகிறது.

சர்வதேச நிதி நிறுவனங்களின் விமர்சனங்கள்

சர்வதேச நிதி நிறுவனங்கள் சில விமர்சனங்களுக்கு உள்ளாகியுள்ளன. இந்த விமர்சனங்கள் பின்வருமாறு:

- தேசிய சுதந்திரம்: சர்வதேச நிதி நிறுவனங்கள் வளரும் நாடுகளின் பொருளாதார கொள்கைகளைக் கட்டுப்படுத்துகின்றன என்ற குற்றச்சாட்டு உள்ளது. இந்த குற்றச்சாட்டு வளரும் நாடுகளின் தேசிய சுதந்திரத்தை பறிக்கிறது என்று கூறப்படுகிறது.

- வறுமை அதிகரிப்பு: சர்வதேச நிதி நிறுவனங்களின் கடன்கள் வளரும்

நாடுகளில் வறுமையை அதிகரிக்கின்றன என்ற குற்றச்சாட்டு உள்ளது. இந்த குற்றச்சாட்டு கடன்கள் வளரும் நாடுகளின் பொருளாதாரங்களை சுரண்டுகின்றன என்று கூறப்படுகிறது.

*   சுற்றுச்சூழல் பாதிப்பு: சர்வதேச நிதி நிறுவனங்களின் கடன்கள் வளரும் நாடுகளில் சுற்றுச்சூழல் பாதிப்புகளை ஏற்படுத்துகின்றன என்ற குற்றச்சாட்டு உள்ளது. இந்த குற்றச்சாட்டு கடன்கள் வளரும் நாடுகளில் சுற்றுச்சூழலை சீர்குலைக்கின்றன என்று கூறப்படுகிறது.

இந்த விமர்சனங்கள் சர்வதேச நிதி நிறுவனங்களின் செயல்பாடுகளை மேம்படுத்த பணியாற்ற வேண்டும்.

வர்த்தக ஒப்பந்தங்கள் மற்றும் சர்வதேச வர்த்தகத்தை ஊக்குவித்தல்

வர்த்தக ஒப்பந்தங்கள் என்பது இரண்டு அல்லது அதற்கு மேற்பட்ட நாடுகளுக்கிடையேயான ஒப்பந்தங்களாகும். இந்த ஒப்பந்தங்கள் வர்த்தக தடையங்களைக் குறைப்பதன் மூலம் சர்வதேச வர்த்தகத்தை ஊக்குவிப்பதை நோக்கமாகக் கொண்டுள்ளன.

வர்த்தக ஒப்பந்தங்கள் பின்வரும் வகையான தடையங்களைக் குறைக்கலாம்:

- வரிகளால் ஏற்படும் தடைகள்: வரிகளால் ஏற்படும் தடைகள் என்பது ஒரு நாட்டிலிருந்து இன்னொரு நாட்டிற்கு பொருட்களை ஏற்றுமதி செய்யும்போது அல்லது இறக்குமதி செய்யும்போது வரிகளைச் செலுத்த வேண்டியதன் மூலம் ஏற்படும் தடையாகும்.

- சுங்கத்தால் ஏற்படும் தடைகள்: சுங்கத்தால் ஏற்படும் தடைகள் என்பது ஒரு நாட்டிலிருந்து இன்னொரு நாட்டிற்கு பொருட்களை ஏற்றுமதி செய்யும்போது அல்லது இறக்குமதி செய்யும்போது சுங்க கட்டணங்களைச் செலுத்த வேண்டியதன் மூலம் ஏற்படும் தடையாகும்.

- திறன் மறுப்புகளால் ஏற்படும் தடைகள்: திறன் மறுப்புகளால் ஏற்படும்

தடைகள் என்பது ஒரு நாட்டிலிருந்து இன்னொரு நாட்டிற்கு பொருட்களை ஏற்றுமதி செய்யும்போது அல்லது இறக்குமதி செய்யும்போது, அந்த நாட்டின் தயாரிப்புகள் அல்லது சேவைகள் தரம் குறைவு அல்லது பாதுகாப்பற்றவை என்று காரணம் காட்டி அந்த நாட்டின் பொருட்கள் அல்லது சேவைகளை ஏற்றுக்கொள்ள மறுப்பதன் மூலம் ஏற்படும் தடையாகும்.

வர்த்தக ஒப்பந்தங்கள் சர்வதேச வர்த்தகத்தை ஊக்குவிப்பதில் பல வழிகளில் உதவுகின்றன. இந்த ஒப்பந்தங்கள் பின்வரும் நன்மைகளை வழங்குகின்றன:

• வணிக செலவுகளைக் குறைக்கின்றன: வர்த்தக ஒப்பந்தங்கள் வரிகளைக் குறைப்பதன் மூலம் மற்றும் சுங்கத்தால் ஏற்படும் தடைகளை நீக்குவதன் மூலம் வணிக செலவுகளைக் குறைக்கின்றன. இது வணிகர்களுக்கு அதிக லாபம் ஈட்ட உதவுகிறது.

• நுகர்வோருக்கு அதிக வாய்ப்புகளை வழங்குகின்றன: வர்த்தக ஒப்பந்தங்கள் நுகர்வோருக்கு அதிக வாய்ப்புகளை வழங்குகின்றன. இது நுகர்வோருக்கு குறைந்த விலையில் அதிகதரமான பொருட்கள் மற்றும் சேவைகளை வாங்க உதவுகிறது.

- உலக பொருளாதாரத்தை வளர்க்கின்றன: வர்த்தக ஒப்பந்தங்கள் உலக பொருளாதாரத்தை வளர்க்கின்றன. இது வேலைவாய்ப்புகளை உருவாக்குகிறது மற்றும் பொருளாதார வளர்ச்சியை ஊக்குவிக்கிறது.

உலகில் பல வகையான வர்த்தக ஒப்பந்தங்கள் உள்ளன. இந்த ஒப்பந்தங்கள் பின்வரும் வகைகளாகப் பிரிக்கப்படுகின்றன:

- பொது வர்த்தக ஒப்பந்தங்கள் (General Agreement on Tariffs and Trade - GATT): பொது வர்த்தக ஒப்பந்தங்கள் என்பது அனைத்து நாடுகளுக்கும் பொருந்தும் வர்த்தக ஒப்பந்தங்களாகும்.

- சிறப்பு வர்த்தக ஒப்பந்தங்கள் (Preferential Trade Agreements - PTAs): சிறப்பு வர்த்தக ஒப்பந்தங்கள் என்பது குறிப்பிட்ட சில நாடுகளுக்கிடையில் மட்டுமே பொருந்தும் வர்த்தக ஒப்பந்தங்களாகும்.

- பகுதி வர்த்தக ஒப்பந்தங்கள் (Regional Trade Agreements - RTAs): பகுதி வர்த்தக ஒப்பந்தங்கள் என்பது ஒரு குறிப்பிட்ட பிராந்தியத்தில் உள்ள நாடுகளுக்கிடையில் மட்டுமே பொருந்தும் வர்த்தக ஒப்பந்தங்களாகும்.

உலக வர்த்தக அமைப்பு (World Trade Organization - WTO) என்பது சர்வதேச வர்த்தகத்தை ஒழுங்குபடுத்துவதற்காக நிறுவப்பட்ட ஒரு அமைப்பு ஆகும். WTO பொது வர்த்தக ஒப்பந்தத்தை (GATT) மேற்பார்வையிடுகிறது.

வர்த்தக ஒப்பந்தங்கள் சர்வதேச வர்த்தகத்தை ஊக்குவிப்பதில் ஒரு முக்கிய பங்கு வகிக்கின்றன. இந்த ஒப்பந்தங்கள் வணிக செலவுகளைக் குறைத்து, நுகர்வோருக்கு அதிக வாய்ப்புகளை வழங்கி, உலக பொருளாதாரத்தை வளர்க்கின்றன.

வளர்ச்சி உதவி மற்றும் வறுமை ஒழிப்பு முயற்சிகள்

வறுமை என்பது உலகின் மிக முக்கியமான பிரச்சினைகளில் ஒன்றாகும். உலகின் கிட்டத்தட்ட 1 பில்லியனுக்கும் அதிகமான மக்கள் வறுமைக்கோட்டிற்கு கீழ் வாழ்கின்றனர். வறுமை என்பது பசியும் பட்டினியுமாக மட்டுமல்லாமல், மோசமான சுகாதாரம், கல்வியின்மை, மற்றும் சமூக அநீதி ஆகியவற்றிற்கும் வழிவகுக்கிறது.

வறுமையை ஒழிக்க, வளரும் நாடுகளுக்கு உதவுவது அவசியம். வளர்ச்சி உதவி என்பது வளரும் நாடுகளுக்கு பொருளாதார, சமூக, மற்றும் அரசியல் வளர்ச்சிக்கு உதவுவதற்காக வழங்கப்படும் நிதி மற்றும் தொழில்நுட்ப உதவியாகும்.

வளர்ச்சி உதவியின் பல வகைகள் உள்ளன. இதில் பின்வருவன அடங்கும்:

- நிதி உதவி: வளரும் நாடுகளுக்கு கடன் அல்லது நிதியுதவி வழங்குவது.

- தொழில்நுட்ப உதவி: வளரும் நாடுகளுக்கு தொழில்நுட்பம் மற்றும் அறிவு பரிமாற்றம்.

- ஆலோசனை: வளரும் நாடுகளுக்கு பொருளாதார மற்றும் நிர்வாக ஆலோசனை வழங்குதல்.

வளர்ச்சி உதவி வறுமையை ஒழிக்க உதவும் பல வழிகள் உள்ளன. இதில் பின்வருவன அடங்கும்:

- வறுமைக்கோட்டிற்கு கீழ் உள்ள மக்களுக்கு பொருளாதார வாய்ப்புகளை வழங்குதல்.

- கல்வியைப் பரப்புதல் மற்றும் கல்வித் தரத்தை மேம்படுத்துதல்.

- சுகாதாரப் பராமரிப்பு மற்றும் சுகாதாரத் தரத்தை மேம்படுத்துதல்.

- சமூக பாதுகாப்புத் திட்டங்களைச் செயல்படுத்துதல்.

வளர்ச்சி உதவியின் மூலம் வறுமையை ஒழிக்க முடியும் என்றாலும், அது ஒரு கடினமான பணியாகும். வளர்ச்சி உதவியின் திறனை மேம்படுத்த, பின்வருவன போன்ற நடவடிக்கைகள் எடுக்கப்பட வேண்டும்:

- வளர்ச்சி உதவியை திறமையாக நிர்வகித்தல்.

- வளரும் நாடுகளின் தேவைகளுக்கு ஏற்ப வளர்ச்சி உதவி வழங்குதல்.

- வளரும் நாடுகளின் அரசாங்கங்களுடன் ஊடாடும் முறையை மேம்படுத்துதல்.

வறுமையை ஒழிக்க, வளர்ச்சி உதவி ஒரு முக்கிய கருவியாகும். வளர்ச்சி உதவியின் மூலம், வளரும் நாடுகளில் பொருளாதார வளர்ச்சியை

மேம்படுத்த முடியும், வறுமைக்கோட்டிற்கு கீழ் உள்ள மக்களின் வாழ்க்கைத் தரத்தை மேம்படுத்த முடியும், மற்றும் சமூக நீதியை நிலைநாட்ட முடியும்.

வறுமை ஒழிப்பு முயற்சிகள்

வறுமையை ஒழிக்க, வளர்ச்சி உதவியுடன் கூடுதலாக, பின்வரும் நடவடிக்கைகளும் எடுக்கப்பட வேண்டும்:

- சர்வதேச வர்த்தகத்தை ஊக்குவித்தல். சர்வதேச வர்த்தகம் வளரும் நாடுகளுக்கு பொருளாதார வாய்ப்புகளை வழங்குகிறது.

- காலநிலை மாற்றத்தை எதிர்த்துப் போராடுதல். காலநிலை மாற்றம் வறுமையை அதிகரிக்கக்கூடும்.

- பெண்களின் உரிமைகளைப் பாதுகாத்தல். பெண்களுக்கு கல்வி மற்றும் வேலைவாய்ப்பு வாய்ப்புகள் கிடைத்தால், வறுமை குறையும்.

வறுமையை ஒழிக்க, உலகின் அனைத்து நாடுகளும் ஒன்றிணைந்து செயல்பட வேண்டும்.

Chapter 3: Human Rights and Social Justice: Advocating for Dignity and Equality

Chapter 3. மனித உரிமைகள் மற்றும் சமூக நீதி: கண்ணியம் மற்றும் சமத்துவத்திற்காக ஆதரவு

உலகளாவிய மனித உரிமைகள் பிரகடனம் மற்றும் சர்வதேச சட்டம்

மனித உரிமைகள் என்பது அனைத்து மனிதர்களுக்கும் இயல்பாகவே உரித்தாக உள்ள உரிமைகள் மற்றும் சுதந்திரங்கள் ஆகும். இந்த உரிமைகள் மற்றும் சுதந்திரங்கள் பாகுபாடு காட்டாமல் அனைவருக்கும் பொருந்தும். மனித உரிமைகள் அனைத்து மக்களின் மரியாதையையும் தனித்துவத்தையும் பாதுகாக்க உருவாக்கப்பட்டுள்ளன.

சர்வதேச சட்டம் என்பது நாடுகளுக்கிடையேயான உறவுகளை நிர்வகிக்கும் சட்டம் ஆகும். சர்வதேச சட்டம் மனித உரிமைகளைப் பாதுகாக்கவும் உதவுகிறது.

உலகளாவிய மனித உரிமைகள் பிரகடனம்

உலகளாவிய மனித உரிமைகள் பிரகடனம் (UDHR) என்பது 1948 ஆம் ஆண்டு டிசம்பர் 10 ஆம் தேதி ஐக்கிய நாடுகள் பொதுச்சபையால் ஏற்றுக்கொள்ளப்பட்ட ஒரு பிரகடனம் ஆகும். இது மனித உரிமைகளின் ஒரு உலகளாவிய அடிப்படை ஆவணமாகும்.

UDHR பின்வரும் 30 பிரிவுகளைக் கொண்டுள்ளது:

- சக மனிதர்கள் அனைவரும் சுதந்திரமாகவும் சமமானவர்களாகவும் பிறக்கிறார்கள். அவர்கள் கௌரவம் மற்றும் உரிமைகளால் உருவாக்கப்படுகிறார்கள்.

- யாருக்கும் இனம், நிறம், பாலினம், மதம், அரசியல் அல்லது வேறு எந்தக் காரணத்திற்காகவும் பாகுபாடு காட்டப்படக்கூடாது.

- எல்லோருக்கும் வாழ்க்கை, சுதந்திரம் மற்றும் பாதுகாப்பு உரிமை உண்டு.

- எல்லோருக்கும் அடிமைப்படுத்தப்படாமல் இருக்கவும், அடிமைத்தனத்திலிருந்து விடுதலை பெறவும் உரிமை உண்டு.

- எல்லோருக்கும் மனிதநேயம் மற்றும் சட்டத்தின் முன் சமத்துவம் உண்டு.

- எல்லோருக்கும் சட்டத்தின் முன் சமத்துவம் உண்டு.

- எல்லோருக்கும் தங்கள் சொந்த வாழ்க்கையைத் தேர்ந்தெடுக்கவும்,

திருமணம் செய்து கொள்ளவும், குழந்தைகளைப் பெறவும் உரிமை உண்டு.

- எல்லோருக்கும் கல்வி பெற உரிமை உண்டு.

- எல்லோருக்கும் வேலை பெற உரிமை உண்டு.

- எல்லோருக்கும் தங்கள் வேலையில் சம உரிமைகள் உண்டு.

- எல்லோருக்கும் ஓய்வு மற்றும் பொழுதுபோக்கு உரிமை உண்டு.

- எல்லோருக்கும் உணவு, உடை, உறைவிடம் மற்றும் மருத்துவம் பெற உரிமை உண்டு.

- எல்லோருக்கும் கல்வி மற்றும் கலாச்சாரத்தில் பங்கேற்க உரிமை உண்டு.

- எல்லோருக்கும் அமைதி மற்றும் பாதுகாப்பில் வாழ உரிமை உண்டு.

- எல்லோருக்கும் அரசாங்கத்தில் பங்கேற்க உரிமை உண்டு.

UDHR என்பது ஒரு பிரகடனம் என்பதால், இது சட்டப்பூர்வமாக கட்டாயமானது அல்ல. இருப்பினும், இது சர்வதேச சட்டத்தின் மிகவும் முக்கியமான ஆவணங்களில் ஒன்றாகும். இது அனைத்து நாடுகளையும் மனித உரிமைகளைப் பாதுகாக்க ஊக்குவிக்கிறது.

UDHR மற்றும் சர்வதேச சட்டம்

UDHR சர்வதேச சட்டத்தின் வளர்ச்சியில் ஒரு முக்கிய பங்கைக் playedடித்தது. இது மனித உரிமைகள் என்பது அனைத்து நாடுகளுக்கும் பொருந்தும் உலகளாவிய மதிப்புகள் என்பதை உறுதிப்படுத்த உதவியது.

UDHR பல சர்வதேச உடன்படிக்கைகள் மற்றும் ஒப்பந்தங்களுக்கு அடிப்படையாக அமைந்தது. இந்த ஒப்பந்தங்கள் மற்றும் ஒப்பந்தங்கள் மனித உரிமைகளைப் பாதுகாக்க சட்டப்பூர்வ கட்டுப்பாடுகளை வழங்குகின்றன.

உதாரணமாக, 1966 ஆம் ஆண்டு மனித உரிமைகள் மற்றும் அடிப்படை சுதந்திரங்கள் சர்வதேச உடன்படிக்கை (ICCPR) UDHR இன் பல பிரிவுகளை உறுதிப்படுத்துகிறது. இந்த உடன்படிக்கை உலகின் அனைத்து நாடுகளாலும் ஏற்றுக்கொள்ளப்பட்டுள்ளது.

ஐ.நா அமைப்புகள் மற்றும் அரசு சாரா அமைப்புகளால் மனித உரிமைகள் கண்காணிப்பு மற்றும் ஆதரவு

மனித உரிமைகள் என்பது அனைத்து மனிதர்களுக்கும் இயல்பாகவே உரித்தாக உள்ள உரிமைகள் மற்றும் சுதந்திரங்கள் ஆகும். இந்த உரிமைகள் மற்றும் சுதந்திரங்கள் பாகுபாடு காட்டாமல் அனைவருக்கும் பொருந்தும். மனித உரிமைகள் அனைத்து மக்களின் மரியாதையையும் தனித்துவத்தையும் பாதுகாக்க உருவாக்கப்பட்டுள்ளன.

ஐக்கிய நாடுகள் (ஐ.நா) மனித உரிமைகளைப் பாதுகாக்கவும் மேம்படுத்தவும் பல்வேறு அமைப்புகளையும் நிறுவனங்களையும் நிறுவியுள்ளது. இந்த அமைப்புகள் மற்றும் நிறுவனங்கள் மனித உரிமைகள் மீறல்களை கண்காணிப்பது, மனித உரிமைகள் கல்வி மற்றும் விழிப்புணர்வை மேம்படுத்துவது, மற்றும் மனித உரிமைகள் பாதுகாப்புக்கான நடவடிக்கைகளை எடுப்பது போன்ற பல்வேறு பணிகளைச் செய்கின்றன.

ஐ.நா அமைப்புகள் மற்றும் நிறுவனங்களால் மனித உரிமைகள் கண்காணிப்பு மற்றும் ஆதரவின் முக்கிய வழிமுறைகள் பின்வருமாறு:

- மனித உரிமைகள் அறிக்கைகள்: ஐ.நா அமைப்புகள் மற்றும் நிறுவனங்கள் மனித

உரிமைகள் நிலைமை குறித்த அறிக்கைகளை வெளியிடுகின்றன. இந்த அறிக்கைகள் மனித உரிமைகள் மீறல்களை அடையாளம் காணவும், இந்த மீறல்களைத் தடுக்கவும், சரி செய்யவும் உதவும்.

- மனித உரிமைகள் நிபுணர்கள்: ஐ.நா அமைப்புகள் மற்றும் நிறுவனங்கள் மனித உரிமைகள் நிபுணர்களை நியமிக்கின்றன. இந்த நிபுணர்கள் மனித உரிமைகள் நிலைமை குறித்து ஆராய்ச்சி செய்கின்றனர் மற்றும் மனித உரிமைகள் பாதுகாப்புக்கான பரிந்துரைகளை வழங்குகின்றனர்.

- மனித உரிமைகள் தொடர்புகள்: ஐ.நா அமைப்புகள் மற்றும் நிறுவனங்கள் மனித உரிமைகள் தொடர்புகளைக் கொண்டுள்ளன. இந்த தொடர்புகள் மனித உரிமைகள் நிலைமை குறித்து அரசாங்கங்களுடன் தொடர்புகொள்கின்றன மற்றும் மனித உரிமைகள் மீறல்களைத் தடுக்கவும் சரி செய்யவும் அரசாங்கங்களை ஊக்குவிக்கின்றன.

அரசு சாரா அமைப்புகள் (NGOs) மனித உரிமைகள் கண்காணிப்பு மற்றும் ஆதரவில் முக்கிய பங்கு வகிக்கின்றன. NGOs மனித உரிமைகள் மீறல்களை ஆவணப்படுத்துகின்றன, மனித உரிமைகள்

பாதுகாப்புக்காக பிரச்சாரம் செய்கின்றன, மற்றும் மனித உரிமைகள் பாதிக்கப்பட்டவர்களுக்கு உதவுகின்றன.

NGOs மனித உரிமைகள் கண்காணிப்பு மற்றும் ஆதரவின் முக்கிய வழிமுறைகள் பின்வருமாறு:

- மனித உரிமைகள் ஆராய்ச்சி மற்றும் ஆவணப்படுத்தல்: NGOs மனித உரிமைகள் மீறல்களை ஆராய்கின்றன மற்றும் இந்த மீறல்களை ஆவணப்படுத்துகின்றன. இந்த ஆராய்ச்சி மற்றும் ஆவணப்படுத்தல் மனித உரிமைகள் மீறல்களை அடையாளம் காணவும், இந்த மீறல்களைத் தடுக்கவும், சரி செய்யவும் உதவும்.

- மனித உரிமைகள் பிரச்சாரம்: NGOs மனித உரிமைகள் பாதுகாப்பிற்காக பிரச்சாரம் செய்கின்றன. இந்த பிரச்சாரம் அரசாங்கங்கள் மற்றும் பொதுமக்களை மனித உரிமைகள் மீறல்களைத் தடுக்கவும் சரி செய்யவும் ஊக்குவிக்கிறது.

- மனித உரிமைகள் உதவி: NGOs மனித உரிமைகள் பாதிக்கப்பட்டவர்களுக்கு உதவுகின்றன. இந்த உதவி மனித உரிமைகள் பாதிக்கப்பட்டவர்களின் உரிமைகளைப் பாதுகாக்கவும், அவர்களின் வாழ்க்கையை மேம்படுத்தவும் உதவும்.

ஐ.நா அமைப்புகள் மற்றும் அரசு சாரா அமைப்புகள் மனித உரிமைகள் கண்காணிப்பு மற்றும் ஆதரவில் முக்கிய பங்கு வகிக்கின்றன. இந்த அமைப்புகள் மற்றும் நிறுவனங்கள் மனித உரிமைகள் மீறல்களை அடையாளம் காணவும், இந்த மீறல்களைத் தடுக்கவும், சரி செய்யவும் உதவும்.

பாலின சமத்துவமின்மை, பாகுபாடு மற்றும் மனித கடத்தல் போன்ற சவால்களை எதிர்த்தல்

பாலின சமத்துவமின்மை, பாகுபாடு மற்றும் மனித கடத்தல் ஆகியவை உலகின் மிக முக்கியமான பிரச்சினைகளில் சிலவாகும். இந்த பிரச்சினைகள் அனைத்து மக்களின் உரிமைகள் மற்றும் பாதுகாப்பை பாதிக்கின்றன.

பாலின சமத்துவமின்மை

பாலின சமத்துவமின்மை என்பது ஆண்கள் மற்றும் பெண்களுக்கு இடையில் சமத்துவமின்மையைக் குறிக்கிறது. இது பல்வேறு வடிவங்களில் வெளிப்படுகிறது, இதில் வேலை வாய்ப்பு, கல்வி, அரசியல் மற்றும் சமூக வாழ்க்கையில் சமத்துவமின்மை ஆகியவை அடங்கும்.

பாலின சமத்துவமின்மை பெண்களுக்கும் ஆண்களுக்கும் தீங்கு விளைவிக்கிறது. பெண்களுக்கு குறைந்த வருமானம், குறைந்த கல்வி வாய்ப்புகள், மற்றும் குறைந்த அரசியல் அதிகாரம் கிடைக்கிறது. இது அவர்களின் வாழ்க்கையை கடினமாக்குகிறது மற்றும் அவர்களின் முழு திறனை அடைய தடுக்கிறது.

பாலின சமத்துவமின்மையை எதிர்த்துப் போராட, பின்வரும் நடவடிக்கைகள் எடுக்கப்படலாம்:

- பாலின சமத்துவம் குறித்த விழிப்புணர்வை மேம்படுத்தவும்.
- பெண்களுக்கு கல்வி மற்றும் வேலை வாய்ப்புகளை வழங்கவும்.
- பெண்களுக்கு அரசியல் அதிகாரம் வழங்கவும்.

பாகுபாடு

பாகுபாடு என்பது ஒரு நபர் அல்லது குழுவிற்கு எதிராக தீங்கு விளைவிக்கும் முறையில் நடத்தப்படுவதை குறிக்கிறது. இது இனம், நிறம், மதம், பாலினம், பாலியல் நோக்குநிலை, இயற்கை திறன்கள் அல்லது வேறு எந்த அடிப்படையில் இருந்தாலும் இருக்கலாம்.

பாகுபாடு அனைத்து மக்களின் உரிமைகளையும் பாதுகாப்பையும் மீறுகிறது. இது பாதிக்கப்பட்டவர்களுக்கு தனிப்பட்ட மற்றும் சமூக ரீதியான பாதிப்புகளை ஏற்படுத்தும்.

பாகுபாட்டை எதிர்த்துப் போராட, பின்வரும் நடவடிக்கைகள் எடுக்கப்படலாம்:

- பாகுபாடு குறித்த விழிப்புணர்வை மேம்படுத்தவும்.

- பாகுபாடுக்கு எதிராக சட்டங்கள் மற்றும் கொள்கைகளை உருவாக்கவும்.

- பாகுபாட்டை எதிர்த்துப் போராடும் அமைப்புகளை ஆதரிக்கவும்.

மனித கடத்தல்

மனித கடத்தல் என்பது ஒரு நபரை அவர்களின் விருப்பத்திற்கு எதிராக அல்லது அவர்களின் விருப்பத்தைப் பற்றி அறியாமல் ஒரு இடத்திலிருந்து மற்றொரு இடத்திற்கு கொண்டு செல்வதை குறிக்கிறது. இது பெரும்பாலும் வேலை வாய்ப்பு, கல்வி அல்லது பாலியல் சுரண்டலுக்கு நபர்களை வன்முறையுடன் அல்லது வஞ்சகத்துடன் வலுக்கட்டாயப்படுத்துகிறது.

மனித கடத்தல் ஒரு தீவிரமான மனித உரிமை மீறலாகும். இது பாதிக்கப்பட்டவர்களுக்கு உடல் மற்றும் மன பாதிப்புகளை ஏற்படுத்துகிறது.

மனித கடத்தலை எதிர்த்துப் போராட, பின்வரும் நடவடிக்கைகள் எடுக்கப்படலாம்:

- மனித கடத்தல் குறித்த விழிப்புணர்வை மேம்படுத்தவும்.

- மனித கடத்தலைத் தடுக்கவும், தண்டிக்கவும் சட்டங்கள் மற்றும் கொள்கைகளை உருவாக்கவும்.

- மனித கடத்தலுக்கு ஆளானவர்களுக்கு உதவும் அமைப்புகளை ஆதரிக்கவும்.

இந்த சவால்களை எதிர்த்துப் போராட, அரசாங்கங்கள், சர்வதேச அமைப்புகள் மற்றும் பொதுமக்கள் ஆகியோர் ஒத்துழைக்க வேண்டும். இந்த சவால்களை சமாளிக்கவும், அனைத்து மக்களுக்கும் நீதி மற்றும் சமத்துவத்தை உறுதிப்படுத்தவும் நாம் ஒன்றிணைந்து செயல்பட வேண்டும்.

Chapter 4: Health and Environment: Protecting Our Planet and Ensuring Wellbeing

Chapter 4. சுகாதாரம் மற்றும் சுற்றுச்சூழல்: நமது கிரகத்தை பாதுகாத்தல் மற்றும் நல்வாழ்வை உறுதிப்படுத்தல்

உலகளாவிய தொற்றுநோய்கள் மற்றும் சுகாதார அச்சுறுத்தல்களை எதிர்த்து ஒத்துழைப்பு முயற்சிகள்

உலகளாவிய தொற்றுநோய்கள் மற்றும் சுகாதார அச்சுறுத்தல்கள் மனிதகுலத்திற்கு ஒரு பெரிய அச்சுறுத்தலாக உள்ளன. இந்த அச்சுறுத்தல்களை எதிர்த்துப் போராட, அரசாங்கங்கள், சர்வதேச அமைப்புகள் மற்றும் பொதுமக்கள் ஆகியோர் ஒத்துழைக்க வேண்டும்.

ஒத்துழைப்பு முயற்சிகளின் முக்கிய நோக்கங்கள் பின்வருமாறு:

- தொற்றுநோய்களின் தோற்றம் மற்றும் பரவலைத் தடுக்க அல்லது குறைக்க நடவடிக்கை எடுக்கவும்.

- தொற்றுநோய்களின் பரவலைக் கட்டுப்படுத்தவும், பாதிக்கப்பட்டவர்களுக்கு

சிகிச்சையளிக்கவும் மற்றும் மீட்புக்கு உதவவும் நடவடிக்கை எடுக்கவும்.

- தொற்றுநோய்கள் மற்றும் சுகாதார அச்சுறுத்தல்கள் குறித்த ஆராய்ச்சி மற்றும் வளர்ச்சியை மேம்படுத்தவும்.

உலகளாவிய ஒத்துழைப்பு முயற்சிகளின் சில எடுத்துக்காட்டுகள் பின்வருமாறு:

- உலக சுகாதார அமைப்பு (WHO): WHO என்பது உலகின் முதன்மையான சுகாதார அமைப்பாகும். இது தொற்றுநோய்கள் மற்றும் பிற சுகாதார அச்சுறுத்தல்களை எதிர்த்துப் போராட உலக நாடுகள் ஒன்றிணைவதை ஊக்குவிக்கிறது.

    உலக சுகாதார அமைப்பு

- உலகளாவிய தொற்றுநோய் தடுப்பு மற்றும் கட்டுப்பாட்டு கூட்டணி (GAVI): GAVI என்பது ஒரு தனியார்-துறை கூட்டணி ஆகும், இது உலகின் ஏழை நாடுகளில் குழந்தைகள் மற்றும் தாய்மார்களுக்கு தொற்றுநோய்களுக்கு எதிரான தடுப்பூசிகளை வழங்குகிறது.

- உலகளாவிய நோய் தடுப்பு மற்றும் கட்டுப்பாட்டு கூட்டணி (Coalition for Epidemic Preparedness Innovations (CEPI): CEPI என்பது ஒரு தனியார்-துறை கூட்டணி ஆகும், இது

புதிய மற்றும் உருவாகும் தொற்றுநோய்களுக்கு எதிரான தடுப்பூசிகள் மற்றும் சிகிச்சைகளை உருவாக்குவதில் முதலீடு செய்கிறது.

இந்த ஒத்துழைப்பு முயற்சிகள் சில குறிப்பிடத்தக்க வெற்றிகளைப் பெற்றுள்ளன. உதாரணமாக, GAVI குழந்தை இறப்பு விகிதத்தை கணிசமாகக் குறைக்க உதவியுள்ளது, மேலும் CEPI சில புதிய தொற்றுநோய்களுக்கு எதிரான தடுப்பூசிகள் மற்றும் சிகிச்சைகளை உருவாக்குவதில் முன்னேற்றம் கண்டுள்ளது.

இருப்பினும், இன்னும் நிறைய வேலை செய்ய வேண்டியிருக்கிறது. உலகில் பல நாடுகள் இன்னும் சுகாதாரப் பாதுகாப்பில் குறைவாக உள்ளன, மேலும் புதிய தொற்றுநோய்கள் எப்போதும் எழும் அபாயம் உள்ளது.

உலகளாவிய தொற்றுநோய்கள் மற்றும் சுகாதார அச்சுறுத்தல்களை எதிர்த்துப் போராட, அரசாங்கங்கள், சர்வதேச அமைப்புகள் மற்றும் பொதுமக்கள் ஆகியோர் தொடர்ந்து ஒத்துழைக்க வேண்டும். இந்த அச்சுறுத்தல்களை சமாளிக்க மற்றும் அனைத்து மக்களுக்கும் ஆரோக்கியமான வாழ்க்கையை உறுதிப்படுத்த நாம் ஒன்றிணைந்து செயல்பட வேண்டும்.

காலநிலை மாற்றத்தை எதிர்த்தல் மற்றும் நிலையான வளர்ச்சியை ஊக்குவித்தல்

காலநிலை மாற்றம் என்பது நமது காலத்தின் மிக முக்கியமான பிரச்சனைகளில் ஒன்றாகும். புவி வெப்பமடைதல், கடல் மட்ட உயர்வு, தீவிர வானிலை நிகழ்வுகள் போன்ற பல்வேறு வழிகளில் இது நம் வாழ்க்கையை பாதிக்கிறது. காலநிலை மாற்றத்தை எதிர்த்துப் போராடுவது மற்றும் நிலையான வளர்ச்சியை ஊக்குவிப்பது அவசியம்.

காலநிலை மாற்றத்தை எதிர்த்துப் போராடுவதற்கான நடவடிக்கைகள்

காலநிலை மாற்றத்தை எதிர்த்துப் போராடுவதற்கான பல்வேறு நடவடிக்கைகள் மேற்கொள்ளப்பட வேண்டும். அவற்றுள் சில:

- புதுப்பிக்கத்தக்க ஆற்றல் மூலங்களைப் பயன்படுத்துதல்: புதுப்பிக்கத்தக்க ஆற்றல் மூலங்கள், மரபுசார்ந்த எரிபொருட்களை விட குறைவான மாசுபாட்டை ஏற்படுத்துகின்றன. எனவே, புதுப்பிக்கத்தக்க ஆற்றல் மூலங்களைப் பயன்படுத்துவதன் மூலம், புவி வெப்பமடைதலைக் குறைக்க முடியும்.

- கழிவுகளைக் குறைத்தல் மற்றும் மறுசுழற்சி செய்தல்: கழிவுகளைக் குறைப்பதன் மூலம், புதிய பொருட்களை உற்பத்தி

செய்வதற்கான தேவையைக் குறைக்க முடியும். மறுசுழற்சி செய்வதன் மூலம், கழிவுகளை மீண்டும் பயன்படுத்தி, புதிய பொருட்களை உற்பத்தி செய்ய முடியும்.

• மரங்களை நடுவது: மரங்கள் கார்பன் டை ஆக்சைடை உறிஞ்சி, ஆக்ஸிஜனை வெளியிடும். எனவே, மரங்களை நடுவதன் மூலம், கார்பன் டை ஆக்சைடு அளவைக் குறைக்க முடியும்.

நிலையான வளர்ச்சியை ஊக்குவிக்கும் நடவடிக்கைகள்

நிலையான வளர்ச்சி என்பது எதிர்கால சந்ததிகளின் தேவைகளைப் பாதுகாக்கும் வகையில், இன்றைய தேவைகளைப் பூர்த்தி செய்யும் வளர்ச்சியாகும். நிலையான வளர்ச்சியை ஊக்குவிக்கும் நடவடிக்கைகள் பின்வருமாறு:

• பொருளாதார வளர்ச்சியை சமத்துவத்துடன் மேம்படுத்துதல்: பொருளாதார வளர்ச்சியை சமத்துவத்துடன் மேம்படுத்துவதன் மூலம், ஏழை மக்களின் வாழ்க்கைத் தரத்தை மேம்படுத்த முடியும்.

• மக்கள்தொகை வளர்ச்சியைக் கட்டுப்படுத்துதல்: மக்கள்தொகை வளர்ச்சியைக் கட்டுப்படுத்துவதன்

மூலம், இயற்கை வளங்களைப் பாதுகாக்க முடியும்.

- சுற்றுச்சூழலைப் பாதுகாத்தல்: சுற்றுச்சூழலைப் பாதுகாப்பதன் மூலம், இயற்கை வளங்களைப் பாதுகாக்க முடியும்.

காலநிலை மாற்றம் மற்றும் நிலையான வளர்ச்சியின் முக்கியத்துவம்

காலநிலை மாற்றம் மற்றும் நிலையான வளர்ச்சி இரண்டும் நமது காலத்தின் முக்கியமான பிரச்சனைகள் ஆகும். இந்த பிரச்சனைகளைத் தீர்க்க நாம் அனைவரும் ஒன்றிணைந்து செயல்பட வேண்டும்.

காலநிலை மாற்றத்தை எதிர்த்துப் போராடுவது என்பது நம்முடைய எதிர்காலத்தைப் பாதுகாப்பதாகும். காலநிலை மாற்றத்தைத் தடுக்க நாம் வெற்றிபெறாவிட்டால், அது பூமியின் சுற்றுச்சூழலைப் பாதிக்கும். மேலும், கடல் மட்ட உயர்வு, தீவிர வானிலை நிகழ்வுகள் போன்ற பல்வேறு வழிகளில் நம் வாழ்க்கையை பாதிக்கும்.

நிலையான வளர்ச்சியை ஊக்குவிப்பது என்பது நம்முடைய எதிர்கால சந்ததிகளின் நலன்களைப் பாதுகாப்பதாகும். நிலையான வளர்ச்சியை அடைய நாம் வெற்றிபெறாவிட்டால், இயற்கை

வளங்கள் குறையும். மேலும், சுற்றுச்சூழல் மாசுபாடு அதிகரிக்கும்.

எனவே, காலநிலை மாற்றத்தை எதிர்த்துப் போராடுவதும், நிலையான வளர்ச்சியை ஊக்குவிப்பதும் நமது அனைவரின் கடமையாகும்.

உயிர்ப்பன்மயத்தை பாதுகாத்தல் மற்றும் இயற்கை வளங்களைப் பேணுதல்

உயிர்ப்பன்மயம் என்பது ஒரு பகுதியில் உள்ள உயிரினங்களின் வகைகள், அளவுகள் மற்றும் அவற்றின் இடையேயான உறவுகளைக் குறிக்கிறது. இயற்கை வளங்கள் என்பது ஒரு பகுதியில் உள்ள மண், நீர், காற்று, தாவரங்கள், விலங்குகள் போன்றவை ஆகும். உயிர்ப்பன்மயம் மற்றும் இயற்கை வளங்கள் இரண்டும் ஒன்றோடொன்று தொடர்புடையவை. உயிர்ப்பன்மயம் அதிகமாக இருக்கும் பகுதிகளில் இயற்கை வளங்கள் அதிகமாகக் காணப்படும்.

உயிர்ப்பன்மயம் மற்றும் இயற்கை வளங்களைப் பாதுகாப்பது என்பது மனிதகுலத்திற்கு மிகவும் அவசியமானது. உயிர்ப்பன்மயம் குறைந்துவிட்டால், அது பல்வேறு சுற்றுச்சூழல் பிரச்சனைகளுக்கு வழிவகுக்கும். இயற்கை வளங்கள் குறைந்துவிட்டால், அது மனிதகுலத்தின் வாழ்வாதாரத்தைப் பாதிக்கும்.

உயிர்ப்பன்மயம் மற்றும் இயற்கை வளங்களைப் பாதுகாக்க பல வழிகள் உள்ளன. அவற்றில் சில:

- காடுகள், வனப்பகுதிகள் போன்றவற்றை பாதுகாத்தல்

- மாசுபாட்டைக் குறைத்தல்

- சுற்றுச்சூழலுக்கு நன்மை பயக்கும் தொழில்நுட்பங்களைப் பயன்படுத்துதல்
- மக்களிடையே சுற்றுச்சூழல் விழிப்புணர்வை ஏற்படுத்தல்

காடுகள், வனப்பகுதிகள் போன்றவை உயிர்ப்பன்மயத்திற்கு மிகவும் முக்கியமானவை. அவை பல்வேறு வகையான உயிரினங்களுக்கு வாழ்விடமாக அமைகின்றன. மேலும், காடுகள் காற்று மாசுபாட்டைக் குறைக்கவும், மழைநீர் சேமிக்கவும் உதவுகின்றன.

மாசுபாடு உயிர்ப்பன்மயத்திற்கு மிகப் பெரிய அச்சுறுத்தலாக உள்ளது. காற்று மாசுபாடு, நீர் மாசுபாடு, நில மாசுபாடு போன்றவை உயிர்ப்பன்மயத்தை பாதிக்கின்றன. மாசுபாட்டைக் குறைப்பதன் மூலம் உயிர்ப்பன்மயத்தை பாதுகாக்கலாம்.

சுற்றுச்சூழலுக்கு நன்மை பயக்கும் தொழில்நுட்பங்களைப் பயன்படுத்துவதன் மூலம் உயிர்ப்பன்மயத்தை பாதுகாக்கலாம். உதாரணமாக, புதுப்பிக்கத்தக்க ஆற்றல் மூலங்களைப் பயன்படுத்துவதன் மூலம், காற்று மாசுபாட்டைக் குறைக்கலாம்.

மக்களிடையே சுற்றுச்சூழல் விழிப்புணர்வை ஏற்படுத்துவதன் மூலம் உயிர்ப்பன்மயத்தை பாதுகாக்கலாம். மக்கள் சுற்றுச்சூழலின்

முக்கியத்துவத்தை உணர்ந்தால், அதை பாதுகாக்க முன்வருவார்கள்.

உயிர்ப்பன்மயம் மற்றும் இயற்கை வளங்களைப் பாதுகாப்பது என்பது நம் அனைவரின் பொறுப்பாகும். நம் அனைவரும் ஒன்றிணைந்து செயல்பட்டால், இந்த பிரச்சனைகளைத் தீர்க்க முடியும்.

உயிர்ப்பன்மயத்தை பாதுகாப்பதற்கான சில குறிப்பிட்ட நடவடிக்கைகள்

- விவசாயத்தில் இரசாயன உரங்கள் மற்றும் பூச்சிக்கொல்லிகளின் பயன்பாட்டைக் குறைத்தல்
- மரம் வளர்த்தல் மற்றும் காடுகளை பாதுகாத்தல்
- நீர்நிலைகளை மாசுபடுத்தாமல் பாதுகாத்தல்
- கழிவுகளைப் பிரித்தெடுத்து மறுசுழற்சி செய்வது
- மின்சாரத்தை மிச்சப்படுத்திப் பயன்படுத்துதல்

இயற்கை வளங்களைப் பேணுவதற்கான சில குறிப்பிட்ட நடவடிக்கைகள்

- நீர்வளங்களைப் பாதுகாத்தல்

- மண்வளத்தைப் பாதுகாத்தல்

- வன வளங்களைப் பாதுகாத்தல்

- புதுப்பிக்கத்தக்க ஆற்றல் மூலங்களைப் பயன்படுத்துதல்

உயிர்ப்பன்மயம் மற்றும் இயற்கை வளங்களைப் பாதுகாப்பது என்பது நம் எதிர்காலத்திற்கான முதலீடு ஆகும். இந்த பிரச்சனைகளைத் தீர்க்க நாம் அனைவரும் ஒன்றிணைந்து செயல்பட வேண்டும்.

Chapter 5: Globalization and Interdependence: Managing Challenges and Harnessing Opportunities

Chapter 5. உலகமயமயமாதல் மற்றும் பரஸ்பர சார்பு: சவால்களை சமாளித்தல் மற்றும் வாய்ப்புகளைப் பயன்படுத்துதல்

சர்வதேச குடிபெயர்வு மற்றும் அகதிகள் நெருக்கடிகள்

சர்வதேச குடிபெயர்வு என்பது ஒரு நபர் தனது சொந்த நாட்டிலிருந்து வேறொரு நாட்டிற்கு செல்லும் செயல்முறையாகும். குடிபெயர்வுக்கான காரணங்கள் பலவும் உள்ளன. அவற்றில் சில:

- பொருளாதார வாய்ப்புகள்
- அரசியல் அல்லது சமூக துன்புறுத்தல்
- இயற்கை பேரழிவுகள்

குடிபெயர்வு என்பது ஒரு பழமையான நிகழ்வாகும். ஆனால், கடந்த சில தசாப்தங்களில், சர்வதேச குடிபெயர்வு வேகமாக அதிகரித்து வருகிறது. 2023 ஆம் ஆண்டு, உலகில் சுமார் 282 மில்லியன் மக்கள் தங்கள் சொந்த

நாட்டிற்கு வெளியே வாழ்ந்து வருகின்றனர். இது உலக மக்கள் தொகையில் சுமார் 3.6% ஆகும்.

சர்வதேச குடிபெயர்வு பல சவால்களையும் உருவாக்குகிறது. அவற்றில் சில:

- பொருளாதார பாதிப்பு
- சமூக ஒற்றுமைக்கு ஏற்படும் அச்சுறுத்தல்
- பாதுகாப்பு சவால்கள்

அகதிகள் என்பது தங்கள் சொந்த நாட்டில் இன, மதம், தேசியம், அரசியல் கருத்துக்கள் அல்லது குழு உறுப்பினர்தன்மை காரணமாக துன்புறுத்தலுக்கு உள்ளாகும் அல்லது அச்சுறுத்தலுக்கு உள்ளாகும் அச்சம் காரணமாக, தங்கள் சொந்த நாட்டை விட்டு வெளியேறி வேறொரு நாட்டில் தஞ்சம் கோரும் நபர்கள் ஆவர்.

அகதிகள் நெருக்கடி என்பது ஒரு நாட்டில் அகதிகளின் எண்ணிக்கை அதிகமாகி, அதை நிர்வகிக்க அரசாங்கம் தடுமாறும் நிலையாகும்.

உலகில் பல நாடுகளில் அகதிகள் நெருக்கடிகள் நிலவி வருகின்றன. அவற்றில் சில:

- யூக்ரேன்: 2022 ஆம் ஆண்டு ரஷ்யா-யூக்ரேன் போரின் காரணமாக, சுமார் 10 மில்லியன்

யூக்ரேனியர்கள் தங்கள் நாட்டை விட்டு வெளியேறி அகதிகளாக மாறினர்.

- சிரியாவின் உள்நாட்டுப் போர்: 2011 ஆம் ஆண்டு தொடங்கிய சிரியாவின் உள்நாட்டுப் போரின் காரணமாக, சுமார் 6.8 மில்லியன் சிரியர்கள் தங்கள் நாட்டை விட்டு வெளியேறி அகதிகளாக மாறினர்.

- ஆப்கானிஸ்தானில் தலிபான்களின் ஆட்சி: 2021 ஆம் ஆண்டு ஆப்கானிஸ்தானில் தலிபான்கள் ஆட்சிக்கு வந்ததை அடுத்து, சுமார் 2.2 மில்லியன் ஆப்கானியர்கள் தங்கள் நாட்டை விட்டு வெளியேறி அகதிகளாக மாறினர்.

சர்வதேச குடிபெயர்வு மற்றும் அகதிகள் நெருக்கடிகள் என்பது உலகின் மிகப்பெரிய சமூக, பொருளாதார மற்றும் அரசியல் சவால்களில் ஒன்றாகும். இந்த சவால்களைத் தீர்க்க, சர்வதேச சமூகம் ஒன்றிணைந்து செயல்பட வேண்டும்.

சர்வதேச குடிபெயர்வு மற்றும் அகதிகள் நெருக்கடிகளைத் தீர்க்க சில பரிந்துரைகள்:

- குடிபெயர்வுக்கான காரணங்களைக் குறைக்க நடவடிக்கை எடுக்க வேண்டும்.

- குடிபெயர்ந்தவர்களுக்கு உதவும் திட்டங்களை வகுக்க வேண்டும்.

- அகதிகள் நெருக்கடிகளைத் தடுக்கவும், நிர்வகிக்கவும் சர்வதேச ஒத்துழைப்பை மேம்படுத்த வேண்டும்.

இந்த பரிந்துரைகளை செயல்படுத்துவதன் மூலம், சர்வதேச குடிபெயர்வு மற்றும் அகதிகள் நெருக்கடிகளைக் குறைக்க முடியும்.

சைபர் பாதுகாப்பு மற்றும் கடல் கடந்த குற்றங்கள்

சைபர் பாதுகாப்பு என்பது சைபர் இடத்தைப் பாதுகாப்பதற்கான நடவடிக்கைகளை உள்ளடக்கியது. இதில் சைபர் தாக்குதல்கள், சைபர் குற்றங்கள் மற்றும் சைபர் தீங்குகளிலிருந்து தகவல்களை, அமைப்புகளை மற்றும் நபர்களை பாதுகாப்பது அடங்கும்.

கடல் கடந்த குற்றங்கள் என்பது ஒரு நாட்டின் எல்லைகளுக்கு அப்பால் நடத்தப்படும் குற்றங்கள் ஆகும். இதில் சைபர் குற்றங்கள், நிதி குற்றங்கள், போதைப்பொருள் கடத்தல் மற்றும் ஆயுத கடத்தல் போன்றவை அடங்கும்.

சைபர் பாதுகாப்பு மற்றும் கடல் கடந்த குற்றங்கள் இரண்டும் நவீன உலகில் முக்கிய பிரச்சனைகளாகும். இவை இரண்டும் நாடுகளின் பாதுகாப்பு, பொருளாதாரம் மற்றும் சமூகம் ஆகியவற்றுக்கு தீங்கு விளைவிக்கும்.

சைபர் பாதுகாப்பு மற்றும் கடல் கடந்த குற்றங்களின் தொடர்பு

சைபர் பாதுகாப்பு மற்றும் கடல் கடந்த குற்றங்கள் இரண்டும் ஒன்றோடொன்று தொடர்புடையவை. சைபர் குற்றங்கள் பெரும்பாலும் கடல் கடந்த குற்றங்களுடன் தொடர்புடையவை. சைபர் குற்றவாளிகள்

பெரும்பாலும் தங்கள் குற்றங்களைச் செய்வதற்கு கடல் கடந்த நாடுகளில் இருந்து செயல்படுகிறார்கள்.

உதாரணமாக, ஒரு சைபர் குற்றவாளி ஒரு நிறுவனத்தின் வலைத்தளத்தை ஹேக் செய்து தகவல்களை திருடலாம். இந்த தகவல்களை பின்னர் கடல் கடந்த நாட்டில் உள்ள ஒரு நபருக்கு விற்கலாம். அந்த நபர் இந்த தகவல்களை பயன்படுத்தி நிறுவனத்திற்கு நிதி சேதம் விளைவிக்கலாம்.

சைபர் பாதுகாப்பு மற்றும் கடல் கடந்த குற்றங்களை எதிர்த்துப் போராடுவதற்கான நடவடிக்கைகள் ஒன்றோடொன்று இணைக்கப்பட வேண்டும். சைபர் பாதுகாப்பு நடவடிக்கைகள் கடல் கடந்த குற்றங்களைத் தடுக்க உதவும். கடல் கடந்த குற்றங்களை எதிர்த்துப் போராடுவதற்கான நடவடிக்கைகள் சைபர் பாதுகாப்பை மேம்படுத்த உதவும்.

சைபர் பாதுகாப்பு மற்றும் கடல் கடந்த குற்றங்களை எதிர்த்துப் போராடுவதற்கான நடவடிக்கைகள்

சைபர் பாதுகாப்பு மற்றும் கடல் கடந்த குற்றங்களை எதிர்த்துப் போராடுவதற்கான சில நடவடிக்கைகள் பின்வருமாறு:

- சைபர் பாதுகாப்பு விழிப்புணர்வை மேம்படுத்துதல்
- சைபர் பாதுகாப்பு வழிமுறைகளை வகுத்தல் மற்றும் அமல்படுத்துதல்
- சைபர் பாதுகாப்பு தொழில்நுட்பங்களை மேம்படுத்துதல்
- சர்வதேச ஒத்துழைப்பை மேம்படுத்துதல்

சைபர் பாதுகாப்பு விழிப்புணர்வை மேம்படுத்துவது மிக முக்கியமான நடவடிக்கைகளில் ஒன்றாகும். மக்கள் சைபர் பாதுகாப்பு முக்கியத்துவம் மற்றும் தங்கள் தகவல்களை பாதுகாப்பாக வைத்திருக்கும் வழிகளைப் பற்றி அறிந்திருக்க வேண்டும்.

சைபர் பாதுகாப்பு வழிமுறைகளை வகுத்தல் மற்றும் அமல்படுத்துவதும் அவசியம். இந்த வழிமுறைகள் நிறுவனங்கள், அரசாங்கங்கள் மற்றும் தனிநபர்கள் தங்கள் சைபர் பாதுகாப்பை மேம்படுத்த உதவும்.

சைபர் பாதுகாப்பு தொழில்நுட்பங்களை மேம்படுத்துவதும் முக்கியம். இந்த தொழில்நுட்பங்கள் சைபர் தாக்குதல்களைத் தடுக்கவும், சைபர் குற்றங்களைக் கண்டுபிடிக்கவும் உதவும்.

சர்வதேச ஒத்துழைப்பை மேம்படுத்துவதும் முக்கியம். சைபர் பாதுகாப்பு ஒரு சர்வதேச

பிரச்சனை என்பதால், நாடுகளுக்கு இடையே ஒத்துழைப்பது அவசியம்.

இந்த நடவடிக்கைகளை மேற்கொள்வதன் மூலம், சைபர் பாதுகாப்பு மற்றும் கடல் கடந்த குற்றங்களை எதிர்த்துப் போராட முடியும். இந்த குற்றங்கள் நமது நாட்டின் பாதுகாப்பு, பொருளாதாரம் மற்றும் சமூகத்திற்கு தீங்கு விளைவிப்பதைத்

கலாச்சார பரிமாற்றம் மற்றும் எல்லைகளுக்கு அப்பால் புரிதலை ஊக்குவித்தல்

கலாச்சார பரிமாற்றம் என்பது வெவ்வேறு கலாச்சாரங்கள் மற்றும் மக்களிடையேயான தகவல்கள், யோசனைகள் மற்றும் மதிப்புகளின் பரிமாற்றமாகும். இது கல்வி, வர்த்தகம், சுற்றுலா மற்றும் பிற காரணிகள் மூலம் ஏற்படலாம்.

கலாச்சார பரிமாற்றம் என்பது ஒரு முக்கியமான செயலாகும், ஏனெனில் இது வெவ்வேறு கலாச்சாரங்களைப் பற்றிய புரிதலையும் மதிப்பீட்டையும் ஊக்குவிக்க உதவுகிறது. இது சகிப்புத்தன்மையையும் பரஸ்பர புரிதலையும் மேம்படுத்தவும் உதவுகிறது.

கலாச்சார பரிமாற்றத்தை ஊக்குவிக்கும் பல்வேறு வழிமுறைகள் உள்ளன. இவற்றில் சில பின்வருமாறு:

- கல்வி: கல்வியில் கலாச்சார பரிமாற்றத்தை ஊக்குவிக்க, வெவ்வேறு கலாச்சாரங்களைப் பற்றிய பாடங்களை கற்பிக்க வேண்டும். இதில் வரலாறு, புவியியல், மொழி, கலை மற்றும் பிற கலாச்சார கூறுகள் ஆகியவை அடங்கும்.

- வர்த்தகம்: வர்த்தகம் மூலம் கலாச்சார பரிமாற்றத்தை ஊக்குவிக்க, வெவ்வேறு

நாடுகளுக்கு இடையே வணிகம் செய்ய வேண்டும். இது வெவ்வேறு கலாச்சாரங்களைப் பற்றிய அறிவை ஊக்குவிக்கும் மற்றும் புதிய வாய்ப்புகளை உருவாக்க உதவும்.

- சுற்றுலா: சுற்றுலா மூலம் கலாச்சார பரிமாற்றத்தை ஊக்குவிக்க, வெவ்வேறு நாடுகளுக்கு சுற்றுலா பயணம் செய்ய வேண்டும். இது வெவ்வேறு கலாச்சாரங்களை அனுபவிக்கவும், புதிய மக்களைச் சந்திக்கவும் ஒரு வாய்ப்பை வழங்குகிறது.

- கலாச்சார நிகழ்வுகள்: கலாச்சார நிகழ்வுகள் மூலம் கலாச்சார பரிமாற்றத்தை ஊக்குவிக்க, வெவ்வேறு நாடுகளின் கலாச்சார நிகழ்வுகளை ஏற்பாடு செய்ய வேண்டும். இதில் இசை, நடனம், நாடகம் மற்றும் பிற கலாச்சார நிகழ்ச்சிகள் ஆகியவை அடங்கும்.

கலாச்சார பரிமாற்றம் மற்றும் எல்லைகளுக்கு அப்பால் புரிதலை ஊக்குவிப்பது ஒரு முக்கியமான குறிக்கோள் ஆகும். இது வெவ்வேறு கலாச்சாரங்களையும் மக்களையும் ஒன்றிணைக்க உதவுகிறது மற்றும் ஒரு உலகளாவிய சமுதாயத்தை உருவாக்க உதவுகிறது.

எல்லைகளுக்கு அப்பால் புரிதலை ஊக்குவித்தல்

எல்லைகளுக்கு அப்பால் புரிதல் என்பது வெவ்வேறு கலாச்சாரங்கள் மற்றும் மக்களிடையேயான புரிதலையும் மதிப்பீட்டையும் ஊக்குவிப்பதாகும். இது வெவ்வேறு கலாச்சாரங்களின் பார்வைகளைப் புரிந்துகொள்ளவும், வெவ்வேறு கலாச்சாரங்களின் நலன்களைப் பற்றி சிந்திக்கவும் உதவுகிறது.

எல்லைகளுக்கு அப்பால் புரிதலை ஊக்குவிப்பது ஒரு முக்கியமான குறிக்கோள் ஆகும், ஏனெனில் இது சர்வதேச ஒத்துழைப்பையும் அமைதியையும் மேம்படுத்த உதவுகிறது.

எல்லைகளுக்கு அப்பால் புரிதலை ஊக்குவிக்க பல்வேறு வழிமுறைகள் உள்ளன. இவற்றில் சில பின்வருமாறு:

- கலாச்சார பரிமாற்றத்தை ஊக்குவித்தல்: கலாச்சார பரிமாற்றம் என்பது வெவ்வேறு கலாச்சாரங்களைப் பற்றிய புரிதலுக்கு ஒரு முக்கிய வழியாகும். கல்வி, வர்த்தகம், சுற்றுலா மற்றும் பிற காரணிகள் மூலம் கலாச்சார பரிமாற்றத்தை ஊக்குவிக்க வேண்டும்.

Chapter 6: Innovation and Technology: Adapting to a Changing World

Chapter 6. புத்தாக்கம் மற்றும் தொழில்நுட்பம்: மாறிவரும் உலகிற்கு ஏற்றவாறு தழுவி வாழ்தல்

தொழில்நுட்ப வளர்ச்சி மற்றும் ஆட்சியில் சர்வதேச அமைப்புகளின் பங்கு

தொழில்நுட்பம் நவீன உலகில் ஒரு முக்கிய சக்தியாகும். இது பொருளாதாரம், சமூகம் மற்றும் அரசியல் ஆகியவற்றில் குறிப்பிடத்தக்க தாக்கத்தை ஏற்படுத்துகிறது. தொழில்நுட்ப வளர்ச்சி மற்றும் ஆட்சியில் சர்வதேச அமைப்புகள் முக்கிய பங்கு வகிக்கின்றன.

தொழில்நுட்ப வளர்ச்சியில் சர்வதேச அமைப்புகளின் பங்கு

தொழில்நுட்ப வளர்ச்சியை ஊக்குவிக்க மற்றும் மேம்படுத்த சர்வதேச அமைப்புகள் பல்வேறு வழிகளில் பணியாற்றுகின்றன. இவற்றில் சில பின்வருமாறு:

• ஆராய்ச்சி மற்றும் மேம்பாட்டுக்கு நிதியளித்தல்: சர்வதேச அமைப்புகள் தொழில்நுட்ப ஆராய்ச்சி மற்றும்

மேம்பாட்டுக்கு நிதியளிப்பதன் மூலம் தொழில்நுட்ப வளர்ச்சியை ஊக்குவிக்கின்றன. இதில் உலக வங்கி, உலக வர்த்தக அமைப்பு, ஐரோப்பிய ஒன்றியம் மற்றும் பிற சர்வதேச அமைப்புகள் அடங்கும்.

• தொழில்நுட்ப பரிமாற்றத்தை ஊக்குவித்தல்: சர்வதேச அமைப்புகள் தொழில்நுட்ப பரிமாற்றத்தை ஊக்குவிப்பதன் மூலம் தொழில்நுட்ப வளர்ச்சியை ஊக்குவிக்கின்றன. இதில் தொழில்நுட்ப மாநாடுகள், கண்காட்சிகள் மற்றும் பிற நிகழ்வுகளை நடத்துதல் ஆகியவை அடங்கும்.

• தொழில்நுட்ப ஒத்துழைப்பை ஊக்குவித்தல்: சர்வதேச அமைப்புகள் தொழில்நுட்ப ஒத்துழைப்பை ஊக்குவிப்பதன் மூலம் தொழில்நுட்ப வளர்ச்சியை ஊக்குவிக்கின்றன. இதில் தொழில்நுட்ப ஒப்பந்தங்கள் மற்றும் ஒப்பந்தங்களை மேற்கொள்ளுதல் ஆகியவை அடங்கும்.

தொழில்நுட்ப ஆட்சியில் சர்வதேச அமைப்புகளின் பங்கு

தொழில்நுட்பத்தின் வளர்ச்சியுடன், அதன் ஆட்சி குறித்து எழும் பிரச்சனைகள் அதிகரித்து வருகின்றன. இதில் தரவு பாதுகாப்பு, தனிப்பட்ட

தகவல்களின் பாதுகாப்பு, தகவல் சமத்துவம் மற்றும் பிற பிரச்சனைகள் அடங்கும். இந்த பிரச்சனைகளைத் தீர்க்க சர்வதேச அமைப்புகள் பல்வேறு வழிகளில் பணியாற்றுகின்றன. இவற்றில் சில பின்வருமாறு:

- தரநிலைகளை உருவாக்கல்: சர்வதேச அமைப்புகள் தொழில்நுட்ப தரநிலைகளை உருவாக்குவதன் மூலம் தொழில்நுட்ப ஆட்சியை மேம்படுத்துகின்றன. இதன் மூலம் தொழில்நுட்பத்தின் பயன்பாட்டை பாதுகாப்பாகவும் நியாயமானதாகவும் உறுதி செய்ய முடியும்.

- சட்டங்கள் மற்றும் ஒழுங்குமுறைகளை உருவாக்குதல்: சர்வதேச அமைப்புகள் தொழில்நுட்ப சட்டங்கள் மற்றும் ஒழுங்குமுறைகளை உருவாக்குவதன் மூலம் தொழில்நுட்ப ஆட்சியை மேம்படுத்துகின்றன. இதன் மூலம் தொழில்நுட்பத்தின் பயன்பாட்டை கட்டுப்படுத்த முடியும் மற்றும் பல்வேறு நலன்களைப் பாதுகாக்க முடியும்.

- அறிவு மற்றும் தகவல்களைப் பகிர்தல்: சர்வதேச அமைப்புகள் தொழில்நுட்ப அறிவு மற்றும் தகவல்களைப் பகிர்ப்பதன் மூலம் தொழில்நுட்ப ஆட்சியை மேம்படுத்துகின்றன. இதன் மூலம் தொழில்நுட்பத்தின் பயன்பாட்டில் ஏற்படும் சிக்கல்களைத் தீர்க்க முடியும் மற்றும்

தொழில்நுட்பத்தைப் பயன்படுத்துவதில் அதிக வெளிப்படைத்தன்மையை உறுதி செய்ய முடியும்.

**தொழில்நுட்ப வளர்ச்சி மற்றும் ஆட்சியில் சர்வதேச அமைப்புகளின் பங்கு முக்கியத்துவம் வாய்ந்தது. இந்த அமைப்புகள் தொழில்நுட்பத்தின் நன்மைகளை அதிகரிக்கவும், அதன் சாத்தியமான தீங்குகளைக் குறைக்கவும் பணியாற்றுகின்றன.

செயற்கை நுண்ணறிவு, பெரிய தரவு, மற்றும் உலகளாவிய ஒத்துழைப்பின் எதிர்காலம்

செயற்கை நுண்ணறிவு (AI), பெரிய தரவு (Big Data), மற்றும் உலகளாவிய ஒத்துழைப்பு ஆகியவை நவீன உலகின் முக்கியமான சக்திகளாகும். இவை ஒவ்வொன்றும் தனித்துவமான வழிகளில் நமது சமூகங்கள் மற்றும் பொருளாதாரங்களை மாற்றியமைக்க வாய்ப்புள்ளது.

செயற்கை நுண்ணறிவு

செயற்கை நுண்ணறிவு என்பது மனித நுண்ணறிவைப் போன்ற செயல்பாடுகளைச் செய்யும் திறன் கொண்ட இயந்திரங்களை உருவாக்குவதற்கான ஒரு துறை ஆகும். AI யின் பலவிதமான பயன்பாடுகள் உள்ளன, அவற்றில் சில பின்வருமாறு:

- தானியங்கிமயமாக்கல்: AI யைப் பயன்படுத்தி, தொழிற்சாலைகள், அலுவலகங்கள் மற்றும் பிற இடங்களில் மனிதர்களால் செய்யப்படும் பணிகளை இயந்திரங்கள் தானாகச் செய்யலாம்.

- கற்றல்: AI யைப் பயன்படுத்தி, இயந்திரங்கள் பெரிய அளவிலான தரவைப் படித்து, அதில் இருந்து கற்றுக்கொள்ளலாம். இது புதிய தயாரிப்புகள் மற்றும் சேவைகளை

உருவாக்குவதற்கும், சிக்கலான பிரச்சினைகளைத் தீர்க்கவும் பயன்படுத்தப்படலாம்.

- கருத்துத் தூண்டுதல்: AI யைப் பயன்படுத்தி, இயந்திரங்கள் மனிதர்களுடன் தொடர்பு கொள்ளலாம் மற்றும் அவர்களுடன் உரையாடலாம். இது வாடிக்கையாளர் சேவை, கல்வி மற்றும் பிற துறைகளிலும் பயன்படுத்தப்படலாம்.

பெரிய தரவு

பெரிய தரவு என்பது மிகப்பெரிய அளவிலான தரவு ஆகும். இது இணையத்தில் இருந்து, தொழில்நுட்ப சாதனங்களிலிருந்து, மற்றும் பிற ஆதாரங்களிலிருந்து சேகரிக்கப்படலாம். பெரிய தரவு பற்றிய பகுப்பாய்வு AI யின் வளர்ச்சிக்கு இன்றியமையாதது.

பெரிய தரவு பற்றிய பகுப்பாய்வு பின்வரும் நன்மைகளை வழங்குகிறது:

- தரவுத்தள மேம்பாடு: பெரிய தரவு பற்றிய பகுப்பாய்வு, தரவுத்தளங்களை மேம்படுத்தவும், அதில் உள்ள தகவல்களைப் பயன்படுத்துவதை எளிதாக்கவும் உதவுகிறது.

- உற்பத்தித்திறன் அதிகரிப்பு: பெரிய தரவு பற்றிய பகுப்பாய்வு, உற்பத்தித்திறனை

அதிகரிக்கவும், செயல்முறைகளை மேம்படுத்தவும் உதவுகிறது.

- புதிய வாய்ப்புகள்: பெரிய தரவு பற்றிய பகுப்பாய்வு, புதிய வாய்ப்புகளை அடையவும், புதிய தயாரிப்புகள் மற்றும் சேவைகளை உருவாக்கவும் உதவுகிறது.

உலகளாவிய ஒத்துழைப்பு

உலகளாவிய ஒத்துழைப்பு என்பது வெவ்வேறு நாடுகளுக்கு இடையேயான கூட்டுறவு ஆகும். இது பொருளாதாரம், அரசியல், கலாச்சாரம் மற்றும் பிற துறைகளில் நடக்கும்.

உலகளாவிய ஒத்துழைப்பு பின்வரும் நன்மைகளை வழங்குகிறது:

- உலக அமைதி மற்றும் பாதுகாப்பு: உலகளாவிய ஒத்துழைப்பு, போர் மற்றும் மோதல்களைத் தடுக்கவும், உலக அமைதியை பராமரிக்கவும் உதவுகிறது.

- பொருளாதார வளர்ச்சி: உலகளாவிய ஒத்துழைப்பு, வர்த்தகம் மற்றும் முதலீட்டை ஊக்குவித்து, பொருளாதார வளர்ச்சியை ஊக்குவிக்கிறது.

- சமூக முன்னேற்றம்: உலகளாவிய ஒத்துழைப்பு, சுகாதாரம், கல்வி மற்றும் பிற

சமூக துறைகளில் முன்னேற்றத்தை ஊக்குவிக்கிறது.

செயற்கை நுண்ணறிவு, பெரிய தரவு மற்றும் உலகளாவிய ஒத்துழைப்பு ஆகியவற்றின் எதிர்காலம்

செயற்கை நுண்ணறிவு, பெரிய தரவு மற்றும் உலகளாவிய ஒத்துழைப்பு ஆகியவை நமது சமூகங்கள் மற்றும் பொருளாதாரங்களை ஆழமாக மாற்ற வாய்ப்புள்ளது.

இழக்குகளை நிமிர்த்து சமவாய்ப்பினை உறுதி: டிஜிட்டல் இடைவெளியை துடைத்து தொழில்நுட்ப வாய்ப்புகளை சமப்படுத்தல்

இன்றைய உலகில், டிஜிட்டல் யுகத்தில் நாம் விரைந்து சென்று கொண்டிருக்கும் வேளையில், தொழில்நுட்ப அணுகல் சமமாக இல்லாமல் இழக்குகள் உருவாகி மக்கள் அவர்களின் உரிமைகளைப் பெற இயலாமல் கஷ்டப்படுகின்றனர். இங்கு தான் "டிஜிட்டல் இடைவெளி" என்ற சொல் முக்கியத்துவம் பெறுகிறது. இந்த இடைவெளியை நிமிர்த்து, அனைவருக்கும் சமமான தொழில்நுட்ப வாய்ப்புகளை வழங்குவதே இந்த கட்டுரையின் குறிக்கோள்.

டிஜிட்டல் இடைவெளி என்றால் என்ன?

பொருளாதார நிலை, கல்வி அறிவு, புவிசார் சவால்கள், பாரம்பரிய கட்டுப்பாடுகள் போன்ற காரணங்களால் சிலர் தொழில்நுட்ப உலகை அணுகுவதில் ஏற்படும் சமத்துவமின்மை "டிஜிட்டல் இடைவெளி" எனப்படுகிறது. இணைய இணைப்பு இல்லாத கிராமங்கள், கணினி வசதி இல்லாத குடும்பங்கள், டிஜிட்டல் திறன்கள் இல்லாத மக்கள் என பல தளங்களில் இந்த இடைவெளி வெளிப்படுகிறது. இதனால், கல்வி மறுக்கப்படுகிறது, வேலைவாய்ப்புகள் குறைகின்றன, சமூக வளர்ச்சி தடைபடுகிறது.

டைவெளியை எப்படி நிமிர்த்துவது?

. இடைவெளியை நிமிர்த்துவதற்கு, பல்வேறு தளங்களில் பல்துறை முயற்சிகள் அவசியம்.

- அடிப்படை உள்கட்டுமை வசதிகள்: கிராமப்புறங்களில் இணைய இணைப்பு விரிவாக்கம், மின்சார வசதி செய்தல், மலிவான கணினிகள் மற்றும் ஸ்மார்ட்போன்கள் கிடைக்கச் செய்தல் ஆகியவை முக்கிய படிகள்.
- டிஜிட்டல் திறன் பயிற்சி: அனைத்து தரப்பு மக்களுக்கும், குறிப்பாக பெண்கள், சிறுபான்மையினர், கிராமப்புற மக்கள் என டிஜிட்டல் திறன் பயிற்சிகள் தரப்படுத்தி வழங்கப்பட வேண்டும்.
- மலிவான தரவுச் செலவுகள்: இணைய பயன்பாட்டிற்குத் தேவையான தரவுக்கட்டணங்களை மலிவாகவும் மக்கள் அணுகக்கூடியதாகவும் மாற்ற வேண்டும்.
- உள்ளடக்க இணக்கம்: அரசு சேவைகள், கல்வி உள்ளடக்கம், விவசாயத் தகவல்கள் என அனைத்து டிஜிட்டல் உள்ளடக்கங்களையும் உள்ளூர் மொழிகளில் மொழிபெயர்த்து, அவர்களின் தேவைகளுக்கு ஏற்ப ஏற்படுத்த வேண்டும்.
- ஆளுமை மேம்பாடு: டிஜிட்டல் உலகில் பாதுகாப்பாகவும் விவேகமாகவும் செயல்பட

தேவையான ஆளுமை மேம்பாட்டு பயிற்சிகளை வழங்க வேண்டும்.

கொள்கை மாற்றங்கள்

- டிஜிட்டல் வளர்ச்சிக்கென பிரத்யேக நிதியை ஒதுக்கி, திட்டமிட்ட முறையில் செயல்படுத்த வேண்டும்.

- டிஜிட்டல் பாகுபாட்டை தடுக்கும் வகையில் சட்டதிட்டங்கள் உருவாக்கப்பட்டு, கடுமையாக அமல்படுத்தப்பட வேண்டும்.

- உள்ளூர் தொழில்நுட்ப நிறுவனங்களை ஊக்குவித்து, டிஜிட்டல் மயமாக்கலில் அவர்களின் பங்களிப்பை அதிகரிக்க வேண்டும்.

Printed in the USA
CPSIA information can be obtained
at www.ICGtesting.com
CBHW070029070724
11174CB00021B/293

9 788119 747535